# ABUKADO
## MGA KALOKOHAN

TAGALOG

MARCY SCHAAF

AVOCADO
ANTICS
MARCY SCHAAF

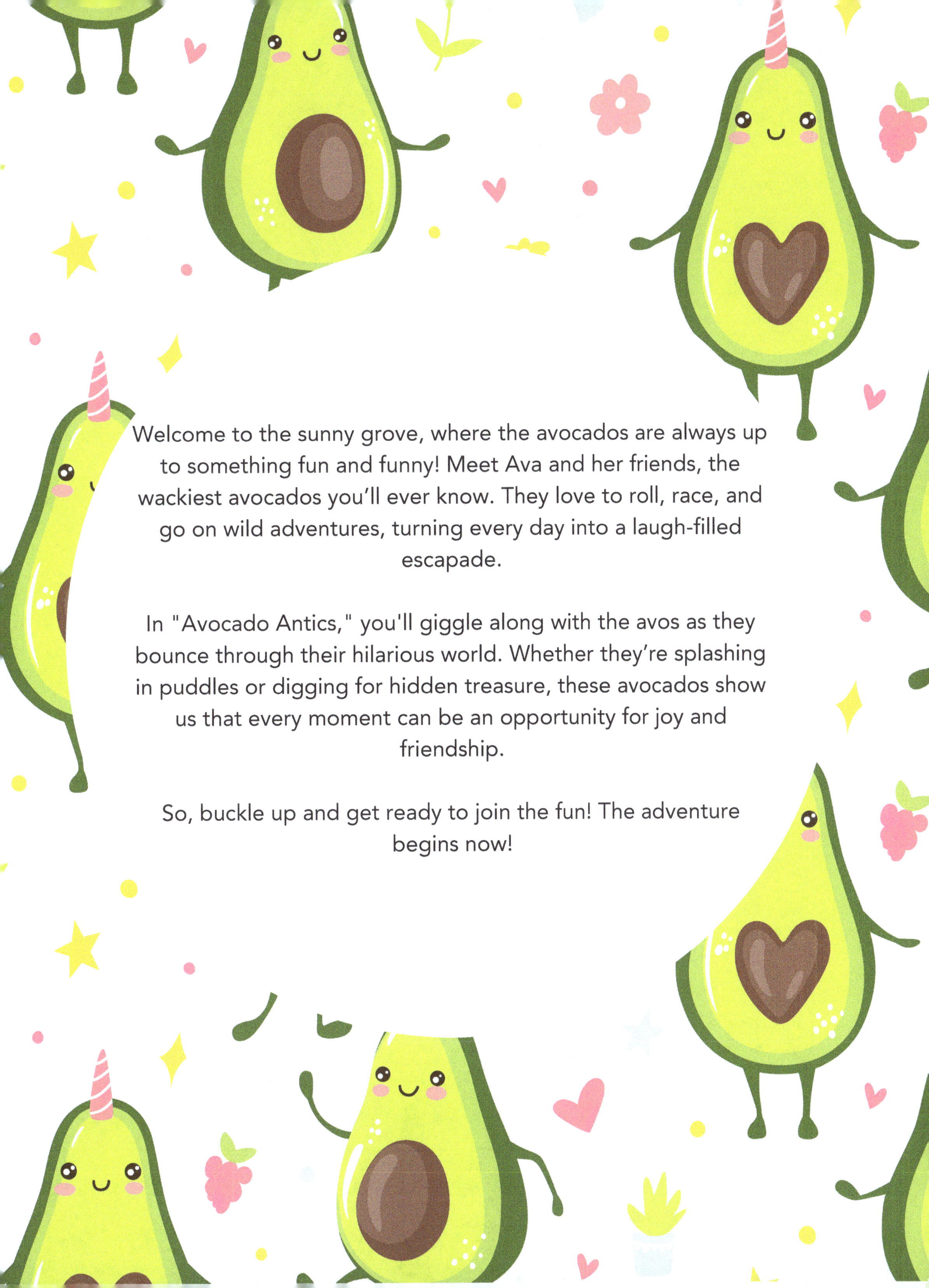

Welcome to the sunny grove, where the avocados are always up to something fun and funny! Meet Ava and her friends, the wackiest avocados you'll ever know. They love to roll, race, and go on wild adventures, turning every day into a laugh-filled escapade.

In "Avocado Antics," you'll giggle along with the avos as they bounce through their hilarious world. Whether they're splashing in puddles or digging for hidden treasure, these avocados show us that every moment can be an opportunity for joy and friendship.

So, buckle up and get ready to join the fun! The adventure begins now!

Maligayang pagdating sa maaraw na kakahuyan, kung saan ang mga avocado ay laging may kasiyahan at nakakatawa! Kilalanin si Ava at ang kanyang mga kaibigan, ang mga pinaka-wackiest avocado na malalaman mo. Gustung-gusto nilang gumulong, sumabak, at pumunta sa mga ligaw na pakikipagsapalaran, na ginagawa ang bawat araw sa isang tawanan na puno ng tawa.

Sa "Avocado Antics," mapapangiti ka kasama ng mga avos habang tumatalbog sila sa kanilang nakakatuwang mundo. Nagsasaboy man sila sa mga puddles o naghuhukay para sa nakatagong kayamanan, ipinapakita sa atin ng mga avocado na ito na ang bawat sandali ay maaaring maging isang pagkakataon para sa kagalakan at pagkakaibigan.

Kaya, buckle up at maghanda upang sumali sa saya! Magsisimula na ang pakikipagsapalaran!

Copy Write @ Marcy Schaaf 2024
Avocado Antics

IN A SUNNY GROVE, LIVED AVOCADOS ALL GREEN AND ROUND.

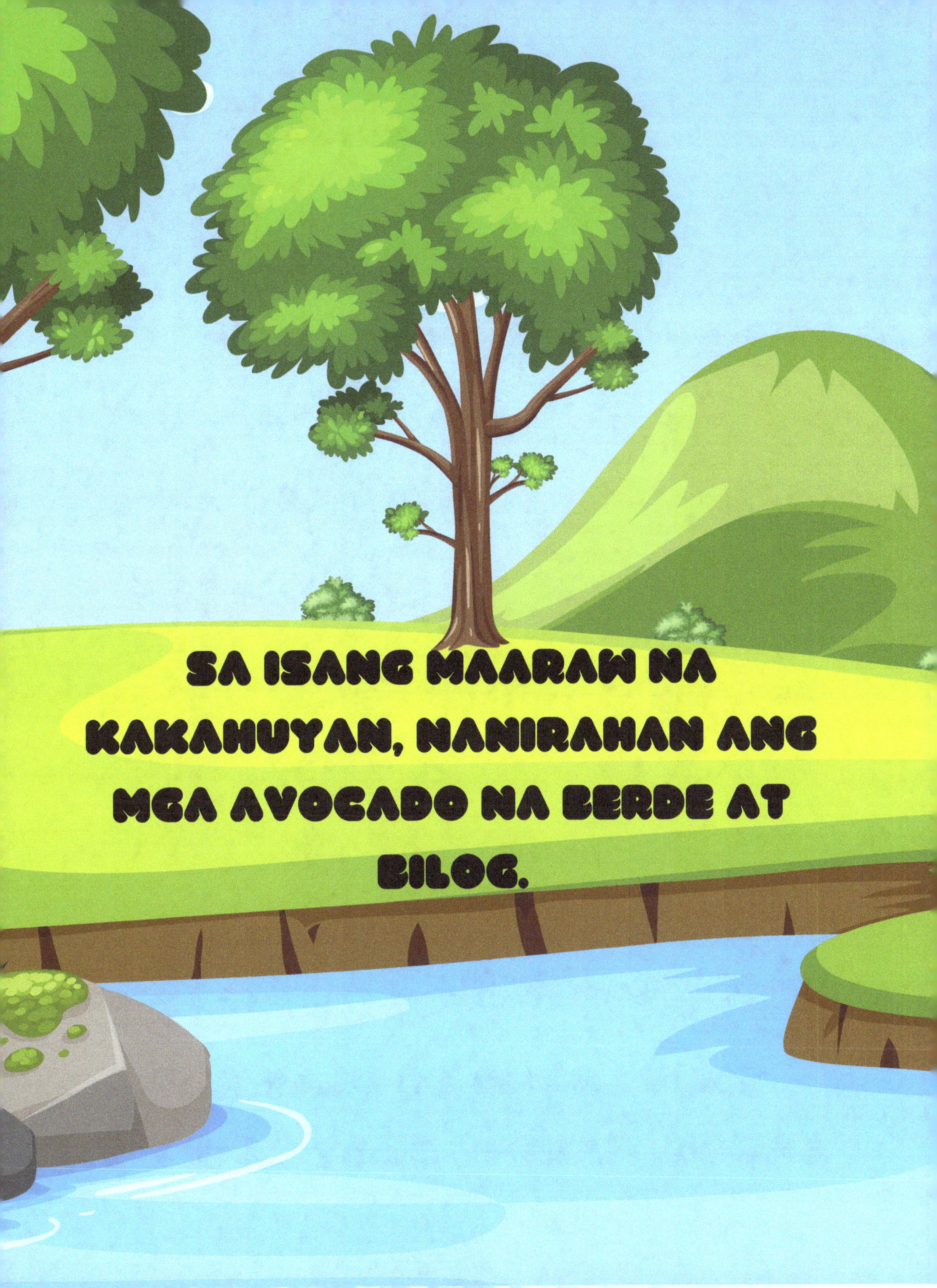

SA ISANG MAARAW NA KAKAHUYAN, NANIRAHAN ANG MGA AVOCADO NA BERDE AT BILOG.

THEY LOVED TO PLAY AND
LAUGH, MAKING SILLY SOUNDS.

MAHILIG SILANG MAGLARO AT TUMAWA,
GUMAWA NG MGA NAKAKATAWANG TUNOG.

ONE DAY, AVA, THE SMALLEST AVOCADO, HAD A GREAT IDEA.

ISANG ARAW, NAGKAROON NG MAGANDANG IDEYA SI AVA, ANG PINAKAMALIIT NA AVOCADO.

"LET'S HAVE A RACE" SHE SAID, WITH A SMILE EAR TO EAR.

"LET'S HAVE A RACE" SABI NIYA, SABAY NGITI HANGGANG TENGA.

GIGGLES AND CHEERS FILLED THE AIR, A JOYOUS SOUND.

NAPUNO NG HAGIKGIKAN AT TAGAY ANG HANGIN, ISANG MASAYANG TUNOG.

AVOS LINED UP, READY TO ROLL,
BOUNCING ON THE GROUND.

PUMILA SI AVOS, HANDANG GUMULONG, TUMALBOG SA LUPA.

AVA SHOUTED, "GO!" AND OFF THEY WENT, ROLLING FAST.
GO

SUMIGAW SI AVA, "GO!" AT UMALIS SILA, GUMULONG NG MABILIS.

BUT THEN THEY HIT A BUMP,
FLYING HIGH, WHAT A BLAST!

NGUNIT PAGKATAPOS AY NATAMAAN SILA NG ISANG BUMP, LUMILIPAD NANG MATAAS, ANONG SABOG!

THEY LANDED IN A PUDDLE,
SPLASHING EVERYWHERE.

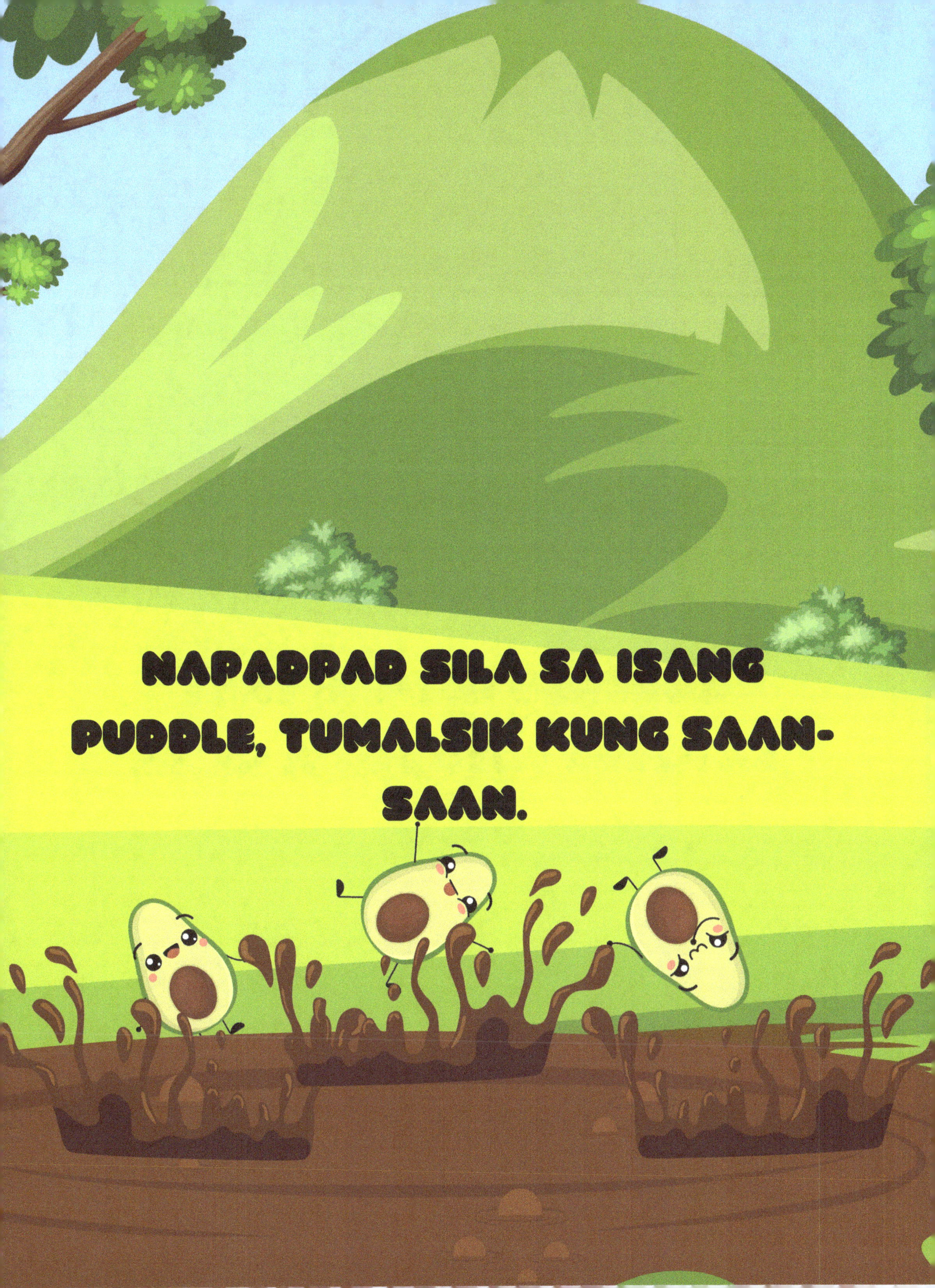
NAPADPAD SILA SA ISANG PUDDLE, TUMALSIK KUNG SAAN-SAAN.

COVERED IN MUD, THEY
LAUGHED WITHOUT A CARE.

NABABALOT NG PUTIK,
NAGTAWANAN SILA NANG
WALANG PAKIALAM.

THEY CLEANED UP IN THE SUN
NO TIME TO SPARE.

NAGLINIS SILA SA ARAW NA
WALANG ORAS NA MATITIRA.

AVA SAID, "THAT WAS THE BEST DAY EVER!"

SABI NI AVA, "IYON ANG PINAKAMAGANDANG ARAW!"

THE AVOS AGREED, "WE WILL FORGET IT NEVER!"

SUMANG-AYON ANG MGA AVO,
"HINDING-HINDI NAMIN ITO
MAKAKALIMUTAN!"

PLAYING GAMES AND SINGING
SONGS, HAVING FUN.

NAGLALARO AT KUMAKANTA,
NAGSASAYA.

THE FUNNY AVOCADOS, ALWAYS
FOUND A WAY.

ANG MGA NAKAKATAWANG AVOCADO, LAGING NAKAHANAP NG PARAAN.

TO TURN EVERY MOMENT, INTO
A PERFECT DAY.

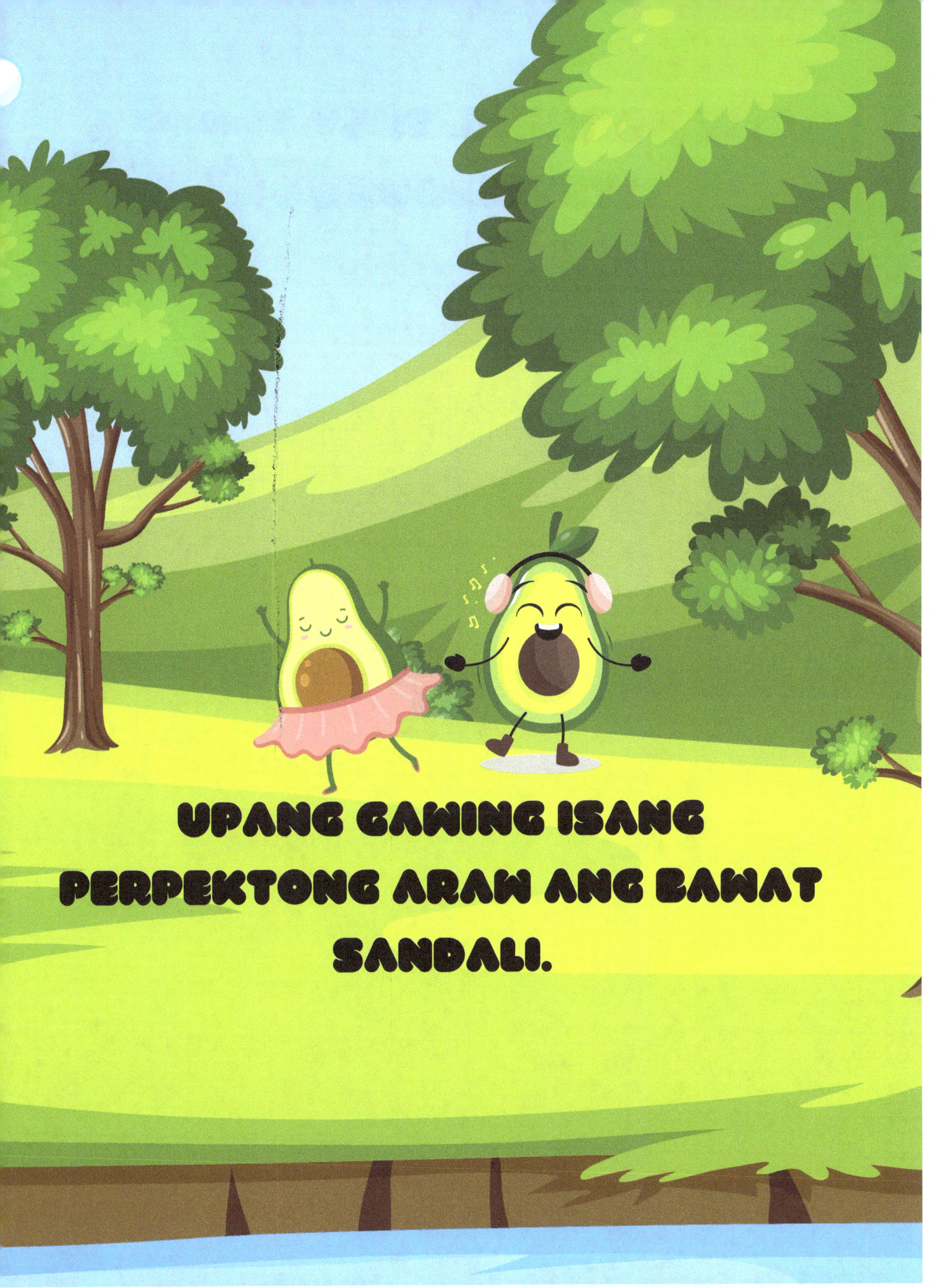

UPANG GAWING ISANG
PERPEKTONG ARAW ANG BAWAT
SANDALI.

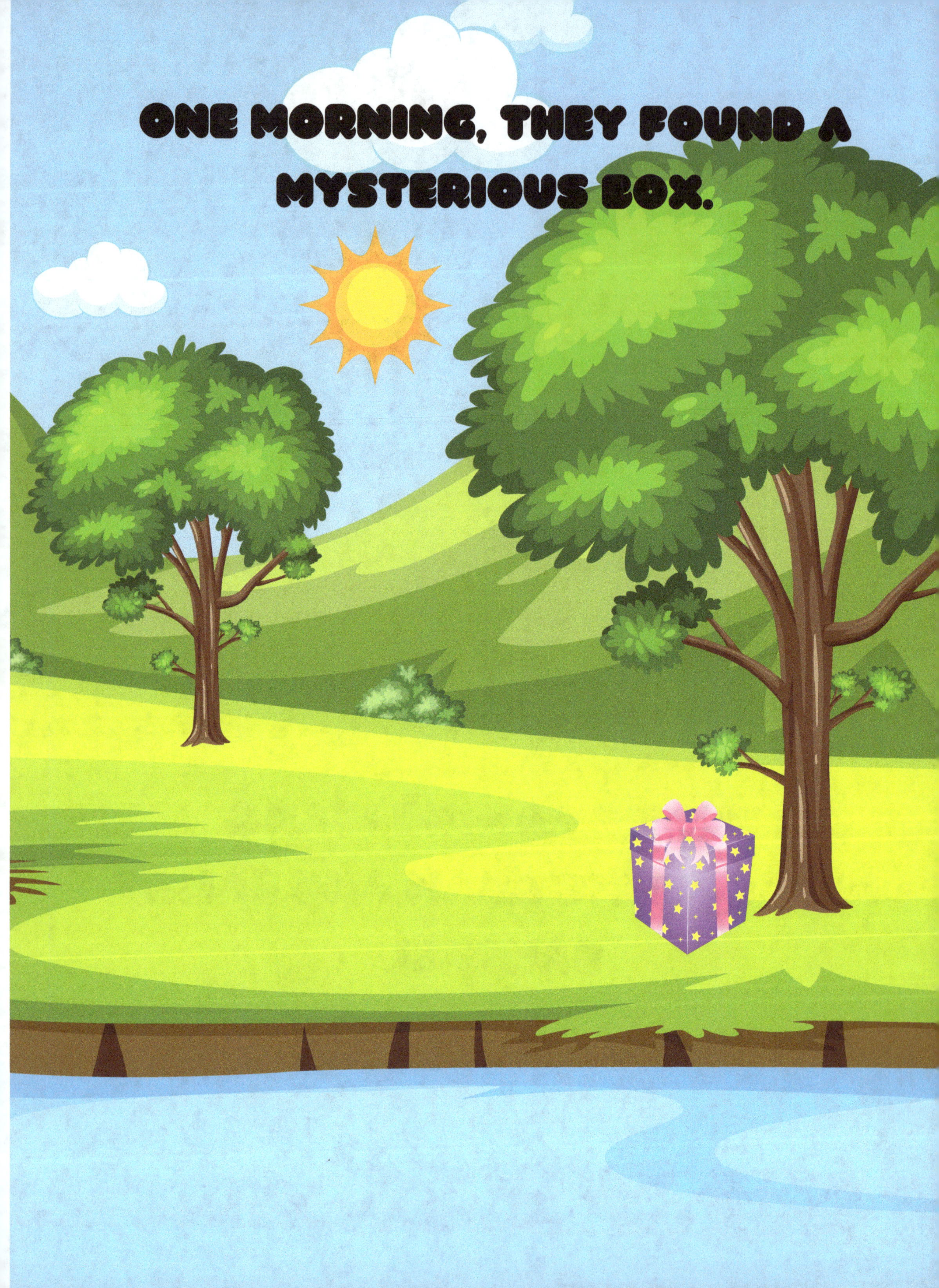

ONE MORNING, THEY FOUND A MYSTERIOUS BOX.

ISANG UMAGA, NAKAKITA SILA
NG ISANG MAHIWAGANG KAHON.

# INSIDE WERE COSTUMES, SHOES, AND COLORFUL SOCKS.

NASA LOOB ANG MGA COSTUME,
SAPATOS, AT MAKUKULAY NA MEDYAS.

THEY DRESSED UP AS PIRATES,
WITH HATS AND A PATCH.

NAGBIHIS SILA BILANG MGA PIRATA, NA MAY MGA SUMBRERO AT ISANG PATCH.

PRETENDING TO FIND
TREASURE, THEY STARTED TO
HATCH.

NAGKUNWARING NAGHAHANAP
NG KAYAMANAN, NAGSIMULA
SILANG MAPISA.

THEY DUG IN THE DIRT, WITH SHOVELS AND GLEE.

NAGHUKAY SILA SA DUMI,
GAMIT ANG MGA PALA AT SAYA.

FINDING A HIDDEN CHEST
BENEATH A BIG TREE.

PAGHAHANAP NG NAKATAGONG
DIBDIB SA ILALIM NG MALAKING
PUNO.

INSIDE WERE JEWELS, SHINY
AND BRIGHT.

SA LOOB AY MAY MGA HIYAS,
MAKINTAB AT MALIWANAG.

THEY DANCED AND TWIRLED, IN THE MOONLIGHT.

SUMAYAW SILA AT UMIKOT, SA LIWANAG NG BUWAN.

SO WHENEVER YOU FEEL, A
LITTLE BIT BLUE.

KAYA SA TUWING NARARAMDAMAN MO, MEDYO ASUL.

REMEMBER THE AVOCADOS, AND THEIR LAUGHTER TOO.

ALALAHANIN ANG MGA AVOCADO,
AT ANG KANILANG PAGTAWA RIN.

# AS THE STARS TWINKLED, THEY WHISPERED GOODNIGHT.

HABANG KUMIKISLAP ANG MGA BITUIN, BULUNGAN SILA NG GOODNIGHT.

DREAMING OF NEW
ADVENTURES, UNTIL MORNING
LIGHT.

NANGANGARAP NG MGA BAGONG PAKIKIPAGSAPALARAN, HANGGANG LIWANAG NG UMAGA.

# Books By Schaaf

www.BookBySchaaf.com

Find us at: